தீவு, தீபகற்பம் கண்டங்கள் என்றால் என்ன

வி.எஸ்.ரோமா

ISBN 978-1-63940-533-6

பொருளடக்கம்

1

தீவு :

நாற்புறமும் நீரால் (கடல் , ஆறு , ஏரி)சூழ்ந்த பகுதி தீவு எனப்-படுகிறது. அந்தமான் நிக்கோபார் தீவுகள் ,ஸ்ரீ லங்கா. லட்சத்தீவுகள் போன்றவை தீவுகள் ஆகும் . ஆனால் மிகப்பெரிய நிலப்பகுதியானதால் ஆஸ்திரேலியா தீவு போல் அமைந்திருந்தாலும் அது ஒரு கண்டம் என வகைப்படுத்தப்பட்டுள்ளது.

தீபகற்ப இந்தியா.

தீபகற்பம்மூன்று புறம் நீரால் சூழப்பட்டிருக்கும்.. ஆம்.சாட்சாத் நமது இந்தியா.இதுபோல ஆசியா ஐரோப்பா தவிர மீதமுள்ள அனைத்து கண்டங்களுமே கடல்களால் சூழப்பட்டவையே..வட அமெரிக்கா, தென் அமெரிக்கா மிகவும் குறுகிய நிலப்பகுதி மூலம்இணைக்கப் பட்டிருந்தது பனமா கால்வாய் மூலம் பிரிக்கப்பட்டு விட்டது.

ஆதாம் பாலம்

இராமேஸ்வரத்திற்கும்   இலங்கையிலுள்ளமன்னார்   தீவுகளுக்-கும்•••••••. இடையேஉள்ளசுண்ணாம்புக் கற்களால் ஆனஆழமற்றமே-டுகளேஆதாம் பாலம் என்றுஅழைக்கப்படுகிறது. இது இராமர் பாலம் என்றும் அழைக்கப்படுகிறது. 30 கி.மீ.நீளம் கொண்ட இந்தபாலமேமன்-னார் வளைகுடாவையும் பாக் ஜலசந்தியையும் பிரிக்கின்றது.

..

குருசடைத்தீவு:

மன்னார் வளைகுடாவில் மண்டபத்திற்குஅருகில் அமைந்துள்ள இத்தீவுசுற்றுச்சூழல் சொர்க்கம் என்றுஅழைக்கப்படுகிறது. இங்குபவழப் பாறைகளும்ஆடால்பின்கள் உள்ளிட்டஅரியவகை கடல் உயிரினங்களும் வாழ்கின்றன.

குவியியல் தீவு:

இது ஒருஆற்றுத் தீவாகும். சென்னையிலுள்ளஅடையாறுமற்றும் மயிலாப்பூர் பகுதிகளுக்கிடையில் அமைந்துள்ள இது அடையாறுநதி- யால்..... உருவாக்கப்பட்டுள்ளது.

நல்லதண்ணிதீவு:

மன்னார் வளைகுடாவில் அமைந்துள்ளமக்கள் வசிக்கும் குருசடை- மற்றும் முசல் தீவுமற்ற இரு தீவுகளாகும்.

இராமநாதபுரம் மாவட்டம் கடலாளதாலுக்காவல் ஒருபகுதியாகவிளங்- குகிறது.

பாம்பன் தீவு

தூத்துக்குடிதுறைமுகத்திற்குஅருகில் அமைந்துள்ள இத்தீவுஉள்ளூர் மக்களின் சுற்றுலாத் தலமாகவிளங்குகிறது.

ஸ்ரீரங்கம் தீவு:

காவிரிமற்றும் அதன் உபரிநதியானகொள்ளிடம்..... ஆகியவற்றுக்கு இடையேஅமைந்துள்ளஒருஆற்றுத் தீவாகும்.

இதுதிருச்சிநகருக்குள் அமைந்துள்ளது.

இத்தீவின் மையத்தில் புகழ்பெற்றஸ்ரீரங்கநாதர் ஆலயம்

மலையாளம், சமஸ்கிருதம் என இரு மொழிகளிலும் 'லட்சத்தீவு' என்றால் நூறாயிரம் தீவுகள் என்றுப் பொருள். நம் காலத்தில் தற்போது வெறும் 36 தீவுகள் தான் உள்ளன. அவை தோராயமாக 32 சதுர கிலோமீட்டர் உள்ளன.

மலையாளம், சமஸ்கிருதம் என இரு மொழிகளிலும் 'லட்சத்தீவு' என்றால் நூறாயிரம் தீவுகள் என்றுப் பொருள். நம் காலத்தில் தற்போது வெறும் 36 தீவுகள் தான் உள்ளன. அவை தோராயமாக 32 சதுர கிலோமீட்டர் உள்ளன.

லட்சத்தீவுகள் (Lakshadweep) இந்தியாவிலுள்ளயூனியன் பிரதே- சங்களில்ஒன்று. இதன் தலைநகரம் கவரத்தி ஆகும். இது மொத்தம் 30 சதுர கி மீ பரப்பளவு கொண்ட 36 தீவுகளாகஅமைந்துள்ளது. கேரளக்கரைக்கு அப்பால் 200 முதல் 300 கிமீ தூரத்தில், அரபிக் கடலில்இது உள்ளது. லட்சத்தீவுகள் கேரள உயர்நீதிமன்றத்தின் அதிகா- ரத்திற்கு உட்பட்டது.

முக்கிய தீவுகள் கவராட்டி, மினிக்கோய், அமினி என்பனவாகும். 10 மக்கள் வாழும் தீவுகளின் மொத்த மக்கள் தொகை 64,473 ஆகும்.

அந்தமான் நிகோபார் தீவுகள் இந்தியாவில்உள்ள யூனியன் பிரதே-சங்களில்ஒன்றாகும். இத்தீவுகள் இந்தியப் பெருங்கடலில்அமைந்துள்ளன. இது இரண்டு தீவுக் கூட்டங்களைக் கொண்டது. அவை அந்தமான் தீவு-கள்மற்றும் நிகோபார் தீவுகள்ஆகும். இவை அந்தமான் கடலையும்இந்தியப் பெருங்கடலையும் இணைக்கின்றன. இப்பிரதேசத்தின் தலைநகரம் போர்ட் பிளேர்என்னும் அந்தமானில் உள்ள நகரம் ஆகும்.

8,249 சதுர கிலோ மீட்டர் பரப்பளவு

கொண்ட அந்தமான் நிகோபார் தீவுகளின் மொத்தம் எண்ணிக்கை 572 ஆகும். இதில் மக்கள் குடியிருக்கும் தீவுகளின் எண்ணிக்கை 36 ஆகும். இத் தீவுக்கூட்டங்களைக் கொண்ட இந்தத் தொகுதி ஒரு முனையில் இருந்து மறு முனைவரை 800 கி.மீட்டருக்கும் அதிகமான தொலைவு கொண்டது. அந்தமான் நிகோபாரின் தலைநகரான போர்ட் பிளேயரில் இருந்து கப்பல் மூலம் பொருட்களை தென் முனைத்தீவுக-ளுக்குக் கொண்டு சேர்க்க 50 மணி நேரம் வரை பிடிக்கும். இங்குள்ள தீவுகள் அரிய வகை கடல் உயிரினங்கள், தென்னை மரம் சூழ்ந்த கடற்-கரைகள், பவளப் பாறைகள், பசுமைக் காடுகள், அருவிகள் போன்ற-வற்றைக் கொண்டுள்ளன. Top of FormBottom of Form

உலகின் மிகப்பெரிய தீவு எது என்று தெரியுமா உங்களுக்கு? விடை: கிரீன்லாந்து. உலகின் மிகப்பெரிய தீவுகள் டாப் 10 பற்றி காண்போம்.

கிரீன்லாந்து ஆர்டிக் பெருங்கடலுக்கும் வடக்கு அட்லாண்டிக் பெருங்கடலுக்கும் இடைப்பட்ட கனடாவின் வடகிழக்கு பகுதியில் அமைந்து உள்ளது.

இதுவே உலகின் மிகப்பெரிய தீவு (world biggest islandtamil). 822,700 சதுர மைல் பரப்பளவைக் கொண்டு உள்ளது. டென்மார்க்கின் தன்னாட்சி நாடான இங்கு 55,984 பேர் வசிக்கின்றனர்.

பனிப்படலம் மற்றும் கனிம வளம் மிகுந்த தீவு இது. எனவே இதை விலைக்கு வாங்க அமெரிக்க முன்னாள் அதிபர் ட்ரம்ப் விருப்பம் தெரி-வித்தார். அமெரிக்கா, ரஷ்யா, சீனா ஆகிய நாடுகள் கிரீன்லாந்து மீது அதிக கவனம் செலுத்துகின்றன.

2.நியூ கினியா

நியூ கினியா தீவு ஆஸ்திரேலிய கண்டத்தின் அருகில் உள்ளது. இது ஆஸ்திரேலிய கண்டத்தைச் சார்ந்தது. 303,381 சதுரமைல் பரப்ப-ளவைக்கொண்டுள்ள இதுவே உலகின் இரண்டாவது பெரிய தீவு ஆகும்.

ஒரே தீவு என்றாலும் பப்புவா, மேற்கு பப்புவா என இரண்டு கூறுக-ளாகப் பிரிக்கப்பட்டு ஆட்சி நடைபெற்று வருகிறது. இந்த தீவுக்கு என பழங்கால வரலாறுகள் உண்டு.

இங்கு பழங்குடியினர்பலர் வசிக்கின்றனர். பல மொழி பேசும் மக்க-ளும் உள்ளனர். இந்தியாவில் அடிமைகளாக குடியேறிய மக்கள் இன்ற-ளவும் இத்தீவு பகுதியில் வசிக்கின்றனர்.

3.போர்னியோ

போர்னியோ உலகின் மூன்றாவது பெரிய தீவு. 288,869 சதுர மைல் பரப்பளவு கொண்ட இந்த தீவுவை மலேசியா, இந்தோனேசியா, புரூணை ஆகிய நாடுகள் ஆளுமையை பகிர்ந்து கொண்டு உள்ளது.

இந்த தீவு பழமையான மலைப்பகுதிகளை கொண்டு உள்ளது. மேலும் உலகின் பழமையான தாவரங்களும், விலங்குகளும் இந்த தீவில் அதிகம் உள்ளதாக கண்டறியப்பட்டு உள்ளது.

4.மடகாஸ்கர்

மடகாஸ்கர் இந்திய பெருங்கடல் பகுதியில் ஆப்பிரிக்க கண்டத்தை ஒட்டி அமைந்து உள்ளது. 226,658 சதுர மைல் பரப்பளவை கொண்ட தீவு இது. உலகின் நான்காவது பெரிய தீவு.

இந்த தீவு குமரிக்கண்டத்தில் இருந்து பிரிந்து சென்று இருக்கலாம் என இன்றுவரை வரலாற்று ஆராய்ச்சியாளர்கள் பலர் ஆதாரத்துடன் கருத்து தெரிவித்து வருகின்றனர்.

பாரி மன்னன் காலத்தில் முக்கியத்துவம் பெற்ற தேவவாக்கு விலங்கு என்ற தேவாங்கு இனம் இங்கு கண்டுபிடிக்கப்பட்டு உள்ளது. தேவாங்கு பொதுவாக தமிழகம் மற்றும் இலங்கையில் மட்டுமே காணப்படும்.

அப்படிப்பட்ட லெமூர் வகை இனம் கண்டங்களின் இடப்பெயர்ச்சி-யின் போது இடம்பெயர்ந்து இருக்கலாம் என எண்ணப்படுகிறது.

5.பாஃபின் தீவு

பாஃபின் தீவு கிரீன்லாந்துக்கும் கனடாவுக்கும் இடைப்பட்ட பகுதியில் அமைந்து உள்ளது. 195,928 சதுரமைல் பரப்பளவை கொண்டு உள்-ளது. 11,000 பேர் இங்கு வசிப்பதாக 2007-ல் கணக்கீடு செய்யப்பட்டு உள்ளது.

பனிக்கட்டி பறைகள் கிரீன்லாந்து, பப்பின் தீவுகளில் முதலில் உரு-வாகி இருக்காலம் என கண்டறியப்பட்டு உள்ளது. இது கனடாவின் பெரிய தீவு என அழைக்கப்படுகிறது. உலகின் ஐந்தாவது பெரிய தீவு

இதுவாகும்.

6.சுமாத்ரா

சுமாத்ரா தீவு இந்தோனேசியா அருகில் அமைந்து உள்ளது. மொத்-தம் 171,068 சதுர பரப்பளவைக் கொண்டு உள்ளது. 2005-ன் கணக்-கெடுப்பின்படி இங்கு 45 மில்லியன் மக்கள் வசித்தனர்.

2004-ல் சுனாமி இந்த தீவுக்கு அருகில் ஏற்பட்ட நிலநடுக்கத்தின் மூலம் உருவானது. அங்கு இருந்து பலநாடுகளில் பல்லாயிரம் உயிர்க-ளைக் காவு வாங்கியது என்பது குறிப்பிடத்தக்கது.

7.ஹொன்ஷூ

ஒன்சு (ஹொன்ஷூ) என அழைக்கப்படும் இந்த தீவு ஜப்பான் நாட்டின் மிகப்பெரிய தீவு. உலக அளவில் 7-வது பெரிய தீவு. மொத்த பரப்பளவு 87,200 சதுரமைல் பரப்பளவு. இது மக்கள்தொகை அதிகம் கொண்ட இரண்டாவது தீவு

இது ஒரு அபாயகரமான தீவு. அடிக்கடி இங்கு நிலநடுக்கம் ஏற்-படும். எனவே இங்குள்ள மக்கள் எப்பொழுதுமே தங்களை நிலநடுக்-கத்தை எதிர்கொள்ள தயார் நிலையில் வைத்திருப்பார்கள்.

8.விக்டோரியா தீவு

விக்டோரியா தீவு 83,897 சதுர மைல் பரப்பளவை கொண்ட உலகின் எட்டாவது பெரிய தீவு. இதுவும் கனடாவின் ஆர்டிக்கடல் பகு-தியில் அமைந்துள்ள தீவுகளில் ஒன்றாகும்.

விக்டோரியா, தீவுக்குள் தீவு, அதற்குள் மேலும் ஒரு தீவு எனக்-கொண்டுள்ளது. இது கனடாவின் இரண்டாவது மிகப்பெரிய தீவு என அழைக்கப்படுகிறது.

9.கிரேட் பிரிட்டன்

பிரித்தானியா என அழைக்கப்படும் கிரேட் பிரிட்டன் தீவு 80,823 சதுரமைல் பரப்பளவை கொண்டு உள்ளது. இது மக்கள் தொகை அதி-கம் கொண்ட மூன்றாவது தீவு. பரப்பளவில் உலகின் 9-வது பெரிய தீவு.

ஐரோப்பா கண்டத்தை சேர்ந்த இது உலக வரலாற்றில் முக்கிய பங்கு வகிக்கிறது. தற்பொழுது லண்டனை தலைமையகமாக கொண்டு யுனைட்டெட் கிங்டம் என அழைக்கப்படுகிறது.

இங்கிலாந்து, வேல்ஸ், ஸ்காட்லாந்து, அயர்லாந்து ஆகிய நாடுகள் இந்த தீவுகளில் தான் உள்ளன.

10.எல்லேஸ்மியர்

75,767 சதுர மைல் பரப்பளவை கொண்ட எல்லேஸ்மியர் தீவு கனடாவின் ஆர்டிக் பெருங்கடல் பகுதியில் அமைந்து உள்ளது. ஆர்க்டிக் தீவுக்கூட்டங்களில் இதுவும் ஒன்று.

கனடாவின் மூன்றாவது பெரிய தீவு இது. உலகின் பத்தாவது பெரிய தீவு இது. இத்தீவு முழுவதுமே மலைத்தொடர் சூழ்ந்து காணப்படுகிறது. ஆர்க்டிக் வில்லோ என்ற மரவகை மட்டுமே இங்கு வளரும்.

அந்தமான் தீவுகளின் ஈர்க்கும் இடங்கள்

அந்தமான் தீவுகள் - தெய்வீக இயல்பு, கவர்ச்சியான தாவரங்கள் மற்றும் விலங்கினங்கள், பவள திட்டுகள், ஜங்கிள், இதில் சுதேசி தீவுகள் மறைக்கப்பட்டுள்ளன இதில் நாகரிகத்தை தொடவில்லை.

1789 இல் இந்திய தீவுகள்பிரிட்டிஷ் காலனித்துவவாதிகள் பண்டைய மக்களால் குடியேறியனர். 20 ஆம் நூற்றாண்டின் நடுவில் இயங்கும் இந்த பூமியில் ஒரு சிறைச்சாரத்தை அவர்கள் கட்டினார்கள். சிறைச்சாலையின் கட்டிடங்கள் மற்றும் வளாகங்கள் வரலாற்றின் நினைவுச்சின்னத்தால் அறிவிக்கப்படுகின்றன. இது பெருநகர போர்ட் பிளேடில் அமைந்துள்ளது.

தீவுகளில், பல ஆடம்பர மணல் கடற்கரைகள் மற்றும் ஸ்நோர்கெலிங் இடங்களில். பிரபலமான இடங்கள்தீவு - கியூபா பே, தீவுகள்: கடல் கடற்கரைமகாம்தா காந்தி பெயர்.

ஆண்டமன் தீவுகளை பார்வையிட சிறந்த நேரம் - அக்டோபர் முதல் மே வரை, மற்றும் பலவிதிக்கான சிறந்த நேரம் - ஜனவரி நடுப்பகுதியில் இருந்து மே மாதத்தில் இருந்து. அத்தகைய ஒரு பயணத்திற்கான மிக மோசமான நேரம் - வலுவான காற்று, மழை மற்றும் ஏழை தன்மை கொண்டது - மே இறுதியில் ஜூன் மாத இறுதியில் இருந்து.

ஆண்டமன்ஸ்கி I. நிக்கோபார் தீவுகள்- இந்தியாவின் தனித்துவமான தீவு மாநிலமானது, பெங்காலி விரிகுடாவில் அமைந்துள்ள, பிரதான நிலப்பகுதியில் இருந்து 1400 கி.மீ. இங்கே ரிசார்ட்ஸ் இவ்வளவு அதிகமாக இல்லை, ஆனால் அவை அனைத்தும் புகழ்பெற்றவை. தீவுகள் ஒரு சிறந்த காலநிலை, தாவரங்கள், தனிச்சிறப்பு மற்றும் "சுற்றுச்சூழல்" உள்ள அற்புதமான அற்புதமான புகழ்பெற்றவை. கூடுதலாக, அந்தமான் மற்றும் நிக்கோபார் தீவுகள் ஒரு மூடிய பகுதி, தேசிய இருப்புக்களின் பிரதேசமாகும், நீங்கள் ஒரு தனி அனுமதியைப் பெற வேண்டும்.

தீவுகளின் மொத்த எண்ணிக்கை சுமார் 570 ஆகும், இதில் 550 ஆண்டுகளில் ஆண்டமன் தீவுகளில் விழும். அந்தமான் பகுதியிலுள்ள 26 உட்பட பிரதேசத்தின் பகுதியிலுள்ள 40 பேர் வசித்தனர்; சுற்றுலா பயணிகள், சுமார் 10 தீவுகள் திறந்திருக்கும்.

தலைநகரம் மற்றும் மிகப்பெரிய நகரம் போர்ட் பிளேயர் ஆகும். பெருநகரங்கள்-

விசா, அனுமதி

அந்தமான் மற்றும் நிக்கோபார் தீவுகளைப் பார்வையிட, ஒரு சிறப்பு அனுமதி தேவைப்படுகிறது, இது துறைமுக பிளேயரில் வருகை வழங்-கப்படும், ஹதோ ஜெட்டியில் குடிவரவு சேவையின் அலுவலகத்தில். இருப்பினும், கடலில் தீவுகளுக்குச் செல்லும் போது, \u200b\u200bபிர்ரதான நிலப்பகுதியில் (வெளிநாட்டினரின் பதிவு அலுவலகம் சென்னை - டெல்.: 044-28278210, கொல்கேட் - டெல்.: 033-222473300) அல்லது ஒரு நிலையான இந்திய விசா வடிவமைக்கும் போது. அனு-மதி, ஒரு விதியாக 30 நாட்களுக்கு வழங்கப்படுகிறது; ஹோட்டலில் இருந்து திரும்பும் டிக்கெட் அல்லது அழைப்பிதழ்கள் இல்லாத பயணி-கள் 15 நாட்களுக்கு மட்டுமே அனுமதி பெறலாம்.

கூடுதலாக, போர்ட் பிளேயரில் அனுமதி வழங்கப்படலாம், ஆனால் பெரும்பாலான 15 நாட்களில் பெரும்பாலானவை.

அந்தமான் நிக்கோபார் தீவுகள் - ஒரு மூடிய மண்டலம், தேசிய இருப்புக்களின் பிரதேசமாக, நீங்கள் ஒரு தனி அனுமதியைப் பெற வேண்டும்.Top of FormBottom of Form

இந்தியத் துணைக் கண்டம் என்பது ஆசியாவின் தெற்குப் பகுதி-யாகும். இதைப் பொதுவாக துணைக்கண்டம் என்று அழைப்பார்கள். இத்துணைக் கண்டத்தின் பெரும்பகுதி இந்திய தட்டில் அமைந்துள்ளது. இமயமலையில் இருந்து தெற்கு நோக்கி இந்தியப் பெருங்கடலில் துருத்தி பரவியுள்ளது. இந்திய துணைக் கண்டம் கோண்ட்டுவானாவில் இருந்து சுமார் 55 மில்லியன் ஆண்டுகளுக்கு முன்னர் பிரிக்கப்பட்டு யூரேசிய தட்டுடன் இணைந்த நிலப்பகுதியாக இருக்கலாம் என்று நிலவியலில் கருதப்படுகிறது

உலகின் முதல் மனித இனம் தமிழினம், உலகின் முதல் மொழி தமி-ழாய் இருக்கும் போது உலகின் நிலப்பெயர்களும், கண்டப்பெயர்களும் தமிழாய் இருப்பதில் வியப்பில்லை.

1. ஆசியா, 2. ஆப்பிரிக்கா, 3. ஐரோப்பா,

4.அமெரிக்கா, 5. ஆஸ்திரேலியா — எல்லாம் தமிழ்ப் பெயர்களே. ஆசியா என்பதற்கான தமிழ் மூல வார்த்தை உதயம். சூரியன் முதலில் உதயமாகும் நிலம் என்பதே.

இயற்கையாக நிலம் அமைந்த விதத்திலும் பெரிய கடலான பசுபிக் கடலுக்கு அடுத்து முதலில் அமையும் நிலம் ஆசியாதான். தொல் தமிழர்கள் வசித்த இந்தோனேசிய, ஆதித்திரேலிய நாடுகள், தீவுகள் பகுதிக்கும் தொடக்கமாக அமைந்தது இப்பகுதியே.

இன்றும் கூட உலக நேரக்கணக்கீடு இலண்டன் கிரீன்விச் மையக்கோட்டை அடிப்படையாகக் கொண்டு கணிக்கப்பட்டாலும், ஒரு நாளின் துவக்கம் (International Date Line) இந்த ஆசிய கிழக்கு பகுதியைக்கொண்டே தொடங்குகிறது.

1. ஆப்பிரிக்கா ஒரு தூசி, புழுதி நாடு.

இத்தாலிய ரோமர்கள் வடக்கு ஆப்பிரிக்காவை (துனிசியா) வெற்றி கொண்ட பின் அப்பகுதியில் இருந்த அப்ரி (Afri) இன மக்களின் பெயர் கொண்டு முழு பகுதியையும் அவ்வாறே அழைத்தனர். காண்க: ஆப்பிரிக்கா அபார் (Afar) என்ற எபிரேய வார்த்தையில் இருந்து வந்ததாக பெரும்பாலான தகவல்கள் தெரிவிக்கின்றன. அபார் என்பதற்கு தூசி என்று பொருள். இன்றைய சகாரா பாலைவனம் இருக்கும் வடக்கு ஆப்பிரிக்கா பாலைவனப்புயலால் அப்பெயர் பெற்றது என்றனர். ஆங்கில மூலச்சொல் அகராதி

அபாகஸ் (Abacus) என்று சொல்லப்படும் கணிக்கும் முறை யின் மூலச்சொல் எபிரேய மூலச்சொல். தரையில் மணல் பரப்பி எழுதும் முறை.

4. ஆப்பிரிக்கா ஒரு கறுப்பு நாடு.

மனிதன் உருவான துவக்க கால கட்டத்தில் உலகின் அனைத்து மக்களும் கறுப்பர்களே.

3. ஐரோப்பா

ஐரோப்பா கண்டம் பனிக்குளிர் காலங்கள் தாண்டி தாவரம், விலங்-
குகள், மனிதர் வாழத் தகுதி பெற்றதாய் இன்றைக்கு 4000 ஆண்டுக-
ளுக்கு முன்னதாக உருவானது. அவ்வாறு உருவான சமயத்தில் அறி-
வார்ந்த மனிதன் (Homo Sapiens) இந்திய, ஆசிய பகுதிகளில்
இருந்து

1. காக்கேசியன் மலைப் பள்ளத்தாக்கு வழியாக ரஷ்யா மூலம்
   ஐரோப்பா
2. துருக்கி நாட்டின் கடல் வழியாக கிரீஸ் மூலம் ஐரோப்பா
3. ஆப்பிரிக்காவில் இருந்து மத்திய தரைக்கடல் வழியாக இத்தாலி
   நாட்டின் மூலம் ஐரோப்பா

ஆசியா, ஐரோப்பா, ஆஸ்திரேலியா, ஆப்பிரிக்கா, வட அமெரிக்கா,
தென் அமெரிக்கா, அண்டார்ட்டிக்கா எனஉலகில்மொத்தம் ஏழுகண்டங்-
கள்இருக்கின்றன.

கண்டங்கள் வாரியாக உலக நாடுகள் பட்டியல்.

- <u>வட அமெரிக்கா</u>
- <u>தென் அமெரிக்கா</u>
- <u>ஐரோப்பா</u>
- <u>ஆப்பிரிக்கா</u>
- <u>ஆசியா</u>
- <u>ஓசியானியா</u>
- <u>அந்தாட்டிக்கா</u>

வட அமெரிக்கா ஒரு கண்டமாகும். கனடா, ஐக்கிய அமெரிக்கா,
மெக்சிகோ, கியூபாஆகியவை இந்த கண்டத்தில் உள்ள நாடுகளுள்
சில. இக்கண்டமானது வடக்கே ஆர்க்டிக் பெருங்கடலாலும்கிழக்கே வட
அட்லாண்டிக் பெருங்கடலாலும்மேற்கே பெருங்கடலாலும்தெற்கே கரிபி-
யன் கடலாலும்சூழப்பட்டுள்ளது. இது பரப்பளவில்மூன்றாவது பெரிய
கண்டமாகும்.

மக்கள் தொகை அடிப்படையில் நான்காவது பெரிய கண்டமாகும். இதன் பரப்பளவு 24,230,000 சதுர கிலோ மீட்டர்களாகும். 2001-ம் ஆ ஆஸ்திரேலிய கண்டம் உலகின் மிகச் சிறிய குறைந்த மக்கள்-தொகை கொண்ட கண்டம் ஆகும். இது பூமியின் கிழக்கு, கெற்கு அரைக்கோளப் பகுதிகளில் அமைந்த நிலப்பரப்பின் ஒரு பகுதியாகும். இதன் மொத்த நிலப்பரப்பு 8.560.000 சதுர கிலோமீட்டர் ஆகும். சுற்றிலும் கடலால் சூழப்பட்டது.

இக் கண்டத்தின் நிலப்பகுதியில் ஆஸ்திரேலியா, டாஸ்மானியா, நியூ கினி, சேரம், திமோர், மற்றும் அண்டை தீவுகள் ஆகியவை உள்ளடக்கியதாக உள்ளது.

இந்த கண்டத்தின் மையம் முதல் பெரும்பாலான பகுதிகள் வாழ தகுதியற்ற பாலைவன நிலப்பகுதியாக இருப்பதால் இந்த கண்டத்தின் மக்கள் தொகையில் 82% பேர் கடலோர பிராந்தியங்களிலேயே வசிக்கிறார்கள்.

ஆசியாக் கண்டத்தில் 4 முழுமையான இறையாண்மை கொண்ட நாடுகள் சேர்த்து சுமார் 35 நாடுகள் அடங்கியுள்ளன.
தென் அமெரிக்காக் கண்டம் பூமியின் மேற்கு, தெற்கு அரைக்கோளப் பகுதிகளில் அமைந்த நிலப்பரப்பின் பகுதியாகும். இக்கண்டத்தின் சிறுபகுதி வடக்கு அரைக்கோளத்தில் அமைந்துள்ளது. இது அமெரிக்காக்களின் துணைக்கண்டம் என்றும் கருதப்படுகிறது.

தென் அமெரிக்காக் கண்டம் உலகின் நான்காவது பெரிய கண்டமாகவும் மக்கள்தொகைப்படி ஆசியா, ஆப்பிரிக்கா, ஐரோப்பா, வட அமெரிக்கா கண்டங்களை அடுத்து உலகின் ஐந்தாவது பெரிய கண்டமாகவும் விளங்குகிறது.

மேற்கில் பசிபிக் மாக்கடலும், தெற்கில் அன்டார்ட்டிகா பனிகண்டமும்,

கிழக்கில் அத்லாந்திக் மாக்கடலும் , வடக்கில் வட அமெரிக்கக் கண்-
டமும் எல்லைகளாக அமைந்து உள்ளன.

தென் அமெரிக்கா 17.8 மில்லியன் சதுர கி.மீ பரப்பளவு கொண்டது.
தென் வடலாக (தெற்கு-வடக்காக) சுமார் 7,600 கி.மீ தொலைவும்,
கிழக்கு-மேற்காக (கீழ் மேலாக) ஏறத்தாழ 5,300 கி.மீ. அகலமும்
உடையது
.

தீபகற்ப இந்தியா.
    தீபகற்பம்மூன்று புறம் நீரால் சூழப்பட்டிருக்கும்.. ஆம்.சாட்சாத் நமது
இந்தியா.இதுபோல ஆசியா ஐரோப்பா தவிர மீதமுள்ள அனைத்து
கண்டங்களுமே கடல்களால் சூழப்பட்டவையே..வட அமெரிக்கா, தென்
அமெரிக்கா மிகவும் குறுகிய நிலப்பகுதி மூலம்இணைக்கப் பட்டிருந்தது
பனாமா கால்வாய் மூலம் பிரிக்கப்பட்டு விட்டது.

நான்

வாசகர்ளால் நான்
வாசகர்களுக்காக நான்

முற்போக்கு எழுத்தாளர் வி.எஸ்.ரோமா – கோயம்புத்தூர்
+91 82480 94200
20 புத்தகங்கள் எழுதியுள்ளேன்
விருதுகள் பல பெற்றுள்ளேன்.
கதை , கவிதை, கட்டுரை, நாவல் பொன்மொழி, நாடகம்
எழுதுவேன்.

என்
எழுத்து
என் மூச்சுள்ள வரை
என் வாசிப்பே
என் சுவாசிப்பு
என்றும்

எழுதிக் கொண்டிருக்க வே
என் ஆசை

நான் திருமணமே செய்து கொள்ளாத பெண்மணி என்பதில்
எனக்கு மகிழ்வே.

என் எழுத்துக்கு முழு ஒத்துழைப்பு கொடுப்பவர்கள் என்
பெற்றோர்களே.

தந்தை
கா சுப்ரமணியன் _ தாசில்தார் - ஓய்வு

தாய்.
சு. கிருஷ்ணவேணி

என் பெற்றோர்களே
என்
எழுத்துக்கும்
எனக்கும் முழு ஒத்துழைப்பு தருகின்றவர்கள் என்பதில்
எனக்கு மகிழ்ச்சியே.

நான் ரோமா ரேடியோ
என்ற பெயரில் எஃப் எம் ஆரம்பித்துள்ளேன்.

என்
எழுத்து
என் ரோமா வானொலி மூலம்
எங்கும் ஒலிக்க
எட்டு திக்கும் ஒலிக்க
என் ஆவல்.

பெண்களை
பெரிதாக நினைத்துப்

பெரும் மகிழ்ச்சியடைந்து
பெருமைப் படுத்த வேண்டும்.

முற்போக்கு எழுத்தாளர்
வி.எஸ். ரோமா
Roma Radio
கோயம்புத்தூர்
+91 82480 94200